நிறங்கள் பேசும் பாஷை

சு. பாத்திமா ஹம்தா

யாப்பு பப்ளிகேஷன்

YAAPPU   PUBLICATION

(Affiliate by Aelay Publish)

Copyright © - சு. பாத்திமா ஹம்தா

All rights are reserved. No part of this publication may be reproduced, stored in a retrieval system or transmitted in any form or by any means , electronic , mechanical, photocopying, recording or otherwise, without the prior written permission of the consent of it's writer. The opinions/ contents expressed in this book are solely of the author and do not represent the opinions/ standings/ thoughts of publisher.

நிறங்கள் பேசும் பாஷை

ISBN: 978-93-55331-58-8

First Edition: 2021

Typesetting By A.Siva Prakash

Proof Reading by Renuga devi

Cover Design by Anitha Dinesh

நிறங்கள் பேசும் பாஷை

நம் கண்கள் ஒவ்வொன்றையும் வித்தியாசமாக பாரப்பவை. பார்ப்போர் கண்ணோட்டம் வேறுபட்டால் எண்ணங்களும் ரசனைகளும் வேறுபடும் என்பதே இந்த கவிதை தொகுப்பின் நோக்கம். உலகம் பல வண்ண நிறங்கள் கொட்டிக்கிடைக்கும் ஒரு அலங்காரக்கூடம். அவற்றுள் நீங்கள் ரசிக்கும் காட்சி எது? வண்ணம், எண்ணம், காதல், காமம், இசை, இயற்கை, மதம், மனிதம் போன்ற பல்வேறு வண்ணமயமான தலைப்புகளில் நம் கவிஞர்களின் சிந்தனைகள் ரசனை தீட்டும் தூரிகையாய் கவிதை வரைந்துள்ளன. அவற்றை நீங்களும் உள்ளார்ந்து மகிழலாமே! நாவற்ற ஓவியனும் பேசுகின்றான் , நிறங்கள் வழியே... இங்கே நிறங்களோ எங்கள் கவிதை வழியே பேசுகிறது. நிறங்கள் பேசும் பாஷையில்!

தொகுப்பாளர்

சு. பாத்திமா ஹம்தா

இவர் கன்னியாகுமரி மாவட்டத்திலுள்ள திருவிதாங்கோட்டைச் சார்ந்தவர். இவர் விலங்கியல் பிரிவில் முதுகலை பட்டம் பெற்றுள்ளார். பாடல் வரிகள், கதை மற்றும் கவிதை எழுதுவதில் ஆர்வம் கொண்ட இவர் தற்போது தொழில்முனைவோரகவும் செயல்புரிந்து வருகிறார். தனது பத்தாம் வகுப்பு முதல் கவிதை மற்றும் பாடல் வரிகள் எழுதுவதில் தன்னார்வம் கொண்ட இவர் ஏழு வருடங்களாக தனது எழுத்துப்பணியை தொடர்ந்து வருகிறார். இவர் சில புத்தகங்களில் துணை எழுத்தாளராகவும் இருந்துள்ளார். இவரது படைப்புகள் யாவும் இவர்தம் படைவரி பக்கமான @fahu_the_scribbler என்ற பக்கத்தில் பதிவு செய்து வருகிறார்.

எந்த நிறமென நான் பார்க்க!

மலைத்தொடரே உன் தாழ்வாரத்தில்

கூடம் ஒன்றை வேண்டுகிறேன்!

செங்கதிரில் உன் கருநிற மேனி

மின்னும் வண்ணம் நான் பார்க்க!

வானவில்லே உன் வளைவுகளில்

ஊஞ்சல் ஆகிட வேண்டுகிறேன்!

உன் ஏழூ நிறங்களில் எந்த நிறம்

என் கைக்குள் எட்டிடும் எனப் பார்க்க!

எரிமலையே உன் தீப்பிழம்பில்

அனலாய் மாறிட வேண்டுகிறேன்!

நெருப்பின் நிறங்கள் எத்தனை உண்டதில்

எந்தன் நிறமெது நான் பார்க்க!

வயல்வெளியே உன் வரப்புகளில்

ஒரு பொம்மை ஆகிட வேண்டுகிறேன்!

நின் பசுமை அழகை இறுதிவரை

உணர்ந்து முகர்ந்து நான் வாழ!

நீர்நிலையே உன் ஒவ்வொரு உருவிலும்

துளிகள் ஆகிட வேண்டுகிறேன்!

நீ எந்த நிலையில் எந்த நிறம்

என உருவம் மாறி நான் பார்க்க!

சோலைகளே உம் பூக்களின் நடுவில்

தென்றல் ஆகிட வேண்டுகிறேன்!

எந்த மலர்களில் எந்த நிறம்

என ஸ்பரிசம் உரசி நான் பார்க்க!

பூமித்தாயின் மடியினிலே

சிறு மண்பரல் ஆகிட வேண்டுகிறேன்!

செம்மண், களிமண், சுண்ணாம்பின் நிறம்

எவ்வாறிருக்கும் எனப் பார்க்க!

அணுஅணுவாய் இந்த உலகை ரசிக்க

கோடிக் கண்கள் வேண்டுகிறேன்!

இந்த நிறங்கள் பேசும் மந்திர பாஷையில்

சொக்கித் தவிக்கும் எனைப் பார்க்க!

சு. பாத்திமா ஹம்தா

திருவிதாங்கோடு

கன்னியாகுமரி மாவட்டம்

எழுத்தாளர்கள் பெயர்

<u>கவிதை</u>

1. அ.ரசூல் முகைதீன்
2. அல்முபீனா சிராஜுதீன்.M
3. இரா.தனபால்
4. இரா.ரதிப்பிரியா
5. கவி அழகு மாதவன்
6. கஸ்தூரி. சு
7. காவியா.வெ.கிரி
8. சந்திரசேகரன் பாபு
9. சந்தோஷ்
10. சரவணன் மூர்த்தி
11. சுரேந்திரன் திருநாவுக்கரசு
12. தாமரை செல்வன் . இரா
13. திருவுடையோன் குமரன்
14. பாலாஜி மதியழகன்
15. பொன் சரவணன்
16. வெ.சத்தியபாலன்
17. A.Saktheeswari
18. Abinaya.M
19. Ajay Boopathy M
20. Ashok Sankaranarayanan
21. Bhuvaneswari T
22. Bradeeba.B

23. Charles Grashiyan

24. Divya Sajin

25. Dr. B. Deva Shanthini

26. G.H.Hebrona Lance

27. Jasim Saharana Thabeaa . M

28. Js

29. Kavinjan Ulakam

30. Lara Jenifer

31. M.Amarnath

32. Muthu Raj

33. Navaneethan.Rj

34. Ramakrishnan S

35. Rudran Vetrivel

36. S . Bhuvaneshwari

37. Sabari Sankari Paramasivan

38. T.Sindhu Kavi

39. V.Sreedaran

மேற்கோள்

40. Deepan Prakash M

அவள் நிறமா? நிரந்தரமா?

நிறங்கள் பேசும் பாஷை அது..

வானிறம் கண்ட கதிரவன்

அவள் வானம் பார்த்த பின்பா நிறம் மாறியது..?

கார்மேகம் காட்டும் கருப்பழகு மணி

மகுடம் சூட்டிய மயிரிழையிலா நிறம் மாறியது..?

அவள் விழியழகு பார்த்து

கார்மேகம் சிந்திய இரத்தமா? இந்த கருவிழிகள்..

என் குருதி எல்லாம்-

அவள் வைத்த குங்குமத்தில் நிறம் மாறியதா?...

இல்லை அவள் வரைந்த உதட்டுச்சாயத்தில் உருமாறியதா?

அச்சச்சோ..!!

அவள் நகபூச்சிக்கு இன்னும் நிறம் கிடைக்கவில்லையா?

வானவில்லை வேண்டுமானால் கேட்டு பார்க்கவா?

சாயத்தை கொண்டு வந்து

அதன் சாயலிலே பூசி விடுகிறேன்..

நீ எடுத்து அணிந்த உடையை மறந்துவிட்டது

இந்த வான் மேகங்கள்...

நானும் மோகமும்

முட்டாளாக அலைந்து கொண்டு இருக்கிறோம்...

வானவில்லின் வண்ணங்களை தேடியும் –

என் வாழ்க்கையின் எண்ணங்களை தேடியும்...

இப்படிக்கு

பேனா (எ) அ.ரசூல் முகைதீன்

கன்னியாகுமரி மாவட்டம்

கருமையழகு!!

தமிழர் நிறமோ கருப்பு தான்!

அவர் உதிரம் எல்லாம் சிவப்புதான்!

கருப்பானாலும் சிவப்பானாலும்

நிழல்கள் எல்லாம் கருப்புதான்!!

வெளிச்சம் வரும் வேளைவரை

இருட்டும் கூட கருப்புதான்!

பரந்து விரிந்த வெண்வானில்

கருப்பு காகம் அழகுதான்!

இந்திய நாட்டின் சுதந்திரம் தந்த

தந்தை காந்தியும் கருப்புதான்!

வெண்மை என்றும் உயர்வும் இல்லை!

கருமை என்றும் தாழ்வும் இல்லை!

விடிந்தால் வெண்மையும்

மடிந்தால் கருமையும்

இயற்கை தந்த அமைதியடா!!

பூமியில் மக்களின் பஞ்சம் போக்கும்

கார்மேகம் கூட கருப்புதான்!

வெண்ணிலவின் அழகை ரசிக்கத் தூண்டும்

இரவு வானமும் கருப்புதான்!

தாயின் கருவறை கருப்பு தான் !

அதில் காணும் கனவும் கருப்புதான்!

உயிரும் உடலும் பிரிந்த பின்னே

எரிந்த சாம்பலும் கருப்புதான்!

கொஞ்சும் மழலையின் பிஞ்சு முகத்தில்

திரிஷ்டிப் பொட்டும் கருப்புதான்!

ரசித்து ரசித்து சிற்பிகள் செதுக்கும்

சிலையின் நிறமும் கருப்புதான்!

எண்ணம் போன்ற வாழ்க்கை இது

வண்ணத்தால் ஒரு வாழ்கை இல்லை!

உள்ளத்தின் நிறம் போதும் வாழ!

வெளி நிறங்கள் ஒன்றும் தேவையில்லை!

அல்முபீனா சிராஜுதீன்.M

வண்ணம் எனும் மொழி

வண்ணங்கள் நம் எண்ணங்களை மாற்றுமா??

நிறங்கள் நம் உணர்வுகளுக்கு உரமாகுமா??

வண்ணங்கள் ஒரு மொழி!

வண்ணங்கள் ஒரு வலி.!

நிறங்களுக்கு ஓசை உண்டா?

அப்படி ஒரு ஓசை இருந்தால்

அந்த ஓசையின் பாஷை என்ன??

நாம் நினைப்பதை சொல்ல முடிவது மொழி

என்றால் நிறமும் ஒரு மொழியே!

வண்ணம் ஓவியனின் மொழி...!

நிறம் ஓவியனின் மூன்றாவது கரம்,

நிறம் ரசிகனின் வரம்,

நிறம் கலைகளுக்கு உரம்,

அதை கையாள்வது ஒரு திறம்...!

மழை பெய்யும் போது கரு வானம் அழகு,

கடல் எனும் கன்னியின் நீலச்சேலை அழகு,

சுட்டெரிக்கும் சூரியனின் ஏழு வண்ணம் அழகு,

மலை என்னும் அன்னையின் பச்சை போர்வை அழகு,

உயிர் காக்கும் காற்றோ நிறமில்லா அழகு...!

கருப்பு நிறம் எதிர்ப்பு,

சிகப்பு நிறம் வறுமை,

பச்சை நிறம் பசுமை,

மஞ்சள் நிறம் மங்களகரம்,

நீல நிறம் புரட்சி,

வெள்ளை நிறம் சமாதானம்,

என அவர் அவர்க்கு ஏற்றார்போல்

வண்ணங்களுக்கு ஒரு மொழி பெயர்ப்பு செய்துவிடுகிறோம்!

நம் உடைகளில், நம் வீடுகளில்,

நம் வாகனத்தில், நம் தலை முடிகளில்,

நம் உபயோகம் செய்யும் பொருட்களில்

வண்ணங்கள் எதோ ஒன்றை

சொல்லிக் கொண்டு தான் இருக்கின்றன.

நம்மை சுற்றிய வண்ணங்களை

உற்று நோக்குங்கள்

நம் எண்ணங்களை சற்று மாற்றுங்கள்!

இரா.தனபால்

வண்ணத்தின் வியப்பில் நான்

வண்ணத்தின் வியப்பில்

நான் வெண்மையாய் வந்து

எங்கள் நாட்டின் அமைதியை காத்தாய்..

பச்சை நிறத்தில் வந்து எங்கள்

நாட்டின் பசுமையை வளர்த்தாய்..

மஞ்சளாய் என் மேனியில் திகழ்ந்து

எந்தன் பெண்மையை உணர்த்தினாய்..

பல வண்ணங்களை ஒன்றாக்கி

வானளவு அழகாய் உயர்ந்தாய்..

கருமையாய் வந்து கல்லில் புகுந்து

எங்கள் கண்ணனாய் தோன்றினாய்..

உன்னை தந்து, பரந்து விரிந்த உலகினை

மேலும் அழகாக்கினாய்..

நீ பேசும் பாஷையை என்னால்

புரிந்துக்கொள்ள இயலவில்லை என்றாலும் கூட

உன் அழகில் மயங்கினேன்...

உன் திறனை பார்த்து என்னை மறந்து நடுங்கினேன்..

உன் அழகை எடுத்துச் சொல்ல அச்சமுடன் தயங்கினேன்..

இத்துணை அழகில் எப்படி தோன்றினாயோ??

வியப்பில் பிரமித்து நிற்கிறேன்..

உன்னை வர்ணிக்க என்னிடம் வரிகள் இல்லை..

என் கண்ணில் புகுந்து நெஞ்சில் பதிந்தாயே அழகிய
முல்லை...

அனைத்தையும் ஈந்த உனக்கு திருப்பித்தர

என்னிடம் என்ன இருக்கு??

உன்னை பார்த்த பின்பு

எனக்கு உன்மேல் பிடித்தது கிறுக்கு...

இரா.ரதிப்பிரியா

காதலின் நிறம் கற்பனையே..!

கனவு எனும் பெரும் உலகில் நான் கண்ட முதல் நாவல்

அவள் முகம் எனும் வண்ணக் கதிர்,

வாய்விட்டு வாசிக்க வாய்ப்பை தேடி

நித்தமும் மறைந்தே நின்றேன்

அவள் பாதியில் விட்டுச்சென்ற

வெள்ளை புள்ளிகளின் ஓரத்தில்..!

எத்தனை அதிசயம் வீட்டு வாசலில்

அவள் கொட்டிவிட்டுச் சென்ற சுண்ணாம்பிலும்

சித்திரமாய் காதல் பேசுதே..!

ஹோ... இது தான் யாருக்கும் கிடைக்காத

நாவிற்கினிய அவ்வையின் நெல்லியோ..!

என்ன சொல்வது என்னவளின் புன்னகை காட்டும்

ஓவியத்தின் வர்ணங்களை..!

நான் மட்டுமே கண்டேன்

அவளுடனான தனிமையின் பரிசத்தில்

வண்ணங்கள் நிறைந்த அவளிடம் –

நான் கண்டது நிறத்தை அல்ல

பசுமை மாறா குணத்தின் இயல்புகளை..!

ஆமாம், உலகில் வர்ணங்களே

அதிகம் கண்ணுக்கு விருந்தாகின்றன,

ஆனால் எனக்கு மட்டும் என்னவளே

கவித்துவம் நிறைந்த மோனலிசாவின் ஓவியமாகிறாளே..!

இதற்கு இயற்கையும் பெரும் சாட்சி

சூரியனும் புறஊதா கதிர்களை அகம் கொள்கிறது,

சந்திரனும் இருளுக்குள் ஓடி மறைகிறது,

வானவில்லும் ஏழு வழி சாலையாகிறது

வர்ணங்களுக்கே வண்ணம் சேர்த்தவள்

வீதியில் பவனி வரும் அழகில்..!

என்ன செய்வது வண்ணங்களுக்கு நிறமானவள்,

என் எண்ணங்களுக்கு உரமானவள்..!

ஒரு கணமேனும் கண் சிமிட்டிக் கொள்கிறேன்

பாவை அவள் மத்தியில் புதைந்தே தான் கிடக்கின்றன,

பார்வைகள் அனைத்தும்..!

கவி அழகு மாதவன் @அமரகவி

வண்ணங்கள் ஒன்றிய வாழ்க்கை!

இருண்ட வாழ்விலே

ஒளியொன்றை ஏற்றிட

வெள்ளை மனம் கொண்ட

வேட்டானை தேடிட

காரிகை அவளோ

கண்மை பூசிட

கருத்திருந்த கூந்தலிலும்

பொறுத்திருந்த கழுத்தினிலும்

மலர்கள் அமர்ந்து

மயிலாய் ஆடிட

பசுமை செழிக்க

பார்ப்பவர் வியக்க

வாசலில் வரவேற்க

வாழைமரங்கள் கட்டிட

நீல வானம் நிழலாய் நிற்க

சிவப்பு பட்டு உடுத்தி செந்தாமரை அவள்

மணமேடை வந்திட

மங்கலமாய் மஞ்சள் கயிறு

கழுத்தினில் ஏறிட

மணம் முடித்தாள்...,

மனம் குளிர்ந்தாள்...,

மணவாளன் அவன் மடி சாய்ந்தாள்...

வண்ணங்கள் சேர்ந்திட

வறண்ட வாழ்வும்

வானவில் ஆனதே...!!

சு. கஸ்தூரி

ஏன் மனிதா?

வண்ணங்கள் நிறைந்த வர்ணசால உலகில்

வாழும் மாயை மனிதர்களே!!

வண்ணங்கள் அற்புதங்கள் நிறைந்த உலகின்

இனியதோர் அதிசயம்!!

விடிந்து விட்டால் கனவுகளெல்லாம்..

காட்சிப்பிழை,

இங்கு நிறங்களில்லை எனில்

,நம் கண்கள் கூட காட்சிப்பிழை!!!

இங்கு,செம்மண் சுவற்றோடொட்டி வாழ்பவனுக்கும்,

செம்மாளிகையில் வாழ்பவனுக்கும்,

செங்குருதி ஒன்றுதான்!!!

நியூயார்க்கின் மாடங்களில் வாழும்

மனிதனுக்கும்,

ஏதோ ஓர் குக்கிராமத்தில் வாழும் குப்பனுக்கும்

செம்பருத்தி சிவப்பு தான்!!!

இங்கு தொழிலாளர் வர்கமும்கறுப்பு தான்

காரிருள் கண்ணனும் கறுப்பு தான்!!

மாநிற மங்கையின் மானம் காப்பதும்

மஞ்சள் சேலைதான்!!

அந்த-அந்திமாலையின் கற்பைக்காப்பதும்

மஞ்சள் மேகம்தான்!!

இங்கு பார்க்குமிடமெல்லாம் பச்சைதான்!!

பாவையின் பேச்சும் பச்சைதான்!!

மாடங்களில் நின்றுபார்த்தாலும்

மண் தரையில் நின்று பார்த்தாலும்

வானம் தீட்டிய வானவில்லின் நிறம் ஏழு தான் !

விண்ணுலக தேவதைகள் வெள்ளைதான்!

மண்ணுலக செவிலியரும் வெள்ளைதான்

அவளுதட்டில்பூசிய சாயமோ-இளஞ்சிவப்பு

இவ்வுலகு கண்ட புதுமையோ இளஞ்சிவப்பு

காக்கையும் குயிலும் கறுப்புதான்

ஆயினும் அவை பறவைதான்!

இங்குநிறத்தின் தோட்டத்தில்அரளிபூ பறிக்கப்போய்

அரளிவிதை குடித்தபாமரன்கள் ஏராளம்

இயற்கையும் நிறங்களும் ஒன்றுதான்..

உடலின் இரத்தவெள்ளம் ஒன்றுதான்.

ஏன்? மனிதா நீமட்டும் இன்னமும்

மனிதத்தை மறந்து

நிற வேறுபாட்டை சுமந்து

நிறந்திண்ணிப்புழுவாய் கிடக்கிறாய்?

காவியா.வெ.கிரி

வண்ணம் இல்லா வானவில்

காரிருள் காரிகை

கைம்பெண் கோலம் சூட

குருதி வண்ணம் கலைத்து

வெள்ளை உடை போர்த்திய சமூகம்..!!

மழலை மாறா பச்சிளம் குழந்தை

குறும்புத்தனம் குறையும் முன்

மஞ்சள் பூசி கூண்டுக்குள் அடைத்த சமூகம்..!!

துணை இழந்த பாவை

துணிச்சல் கொண்டு உலகை பார்க்க

விஷச் சொல் உமிழும் சமூகம்..!!

மனம் விரும்பிய காதலனை

கரம் பிடித்து தழல் சுற்றி வர

தங்கத்தில் பேரம் பசும் சமூகம்..!!

காரிருள் காரிகை காதோரம்

இசைந்த ஆசைகள் மனதில் நிலைக்க

இசைத்தவன் வழியே வேர் அறுத்த சமூகம்..!!

பெரும் ஆசைகள்

அடுப்பங்கரை காந்தள் துணியோடு

காலம் கழிக்க வைத்த சமூகம்..!!

வானவில்லின் வண்ணத்தை சிதைத்து

கௌரவ கர்வம் பிடித்த சமூகத்தை

சகித்து போக எதிர்த்து நின்று

சிறகை விரித்திடு !

சந்திரசேகரன் பாபு

பல வண்ணங்கள்...

முப்பட்டகத்தில் நுழையும்

வெண்ணிற ஒளி

பல வண்ணங்களாக வெளிவரும்

சிவப்பு மற்றும் பச்சை நிறம்

மஞ்சள் மற்றும் நீல நிறம்

ஊதா நிறம் காவி நிறம்

பல வண்ணங்கள்.

பச்சை போர்த்திய பூமியின் நிறம்

நீலம் நீந்தும் வானின் நிறம்

செஞ்சுடர் வீசும் கதிரவன் நிறம்

அந்திவானம் பூசும் மஞ்சள் நிறம்

காதல் பரிமாறும் வெட்கத்தின் நிறம்

பல வண்ணங்கள்.

அத்தனை நிறங்களையும்

இழுத்து ஈர்த்து கொள்ளும்

இரவின் நிறம்..

உணர்வுகளை உறங்க வைக்கும்

கருப்பு நிறம்.

நம்பிக்கை முதல் துரோகம் வரை

பிறப்பு முதல் இறப்பு வரை

எத்தனை நிறங்கள்.

இந்த நிறங்கள் பேசும் மொழிதனிலே

பேதம் இல்லை

ஓவியன் எந்த நிறங்களையும் வெறுப்பதில்லை.

உலகம் ஒரு முப்பட்டகம்

நாம் வண்ணங்கள்

பல வண்ணங்கள்.

சந்தோஷ்

சில நேரங்களில்! சில நிறங்கள்!

சில நேரங்களில்! சில நிறங்கள்!

ஆப்கான் நாட்டில்   சமாதான புறாக்கள்

சிவப்பாக பறக்கிறது!

நுங்கு வண்டி தடயத்தை ஏந்திய

செம்மண் சாலையில்,

அடுத்த நாள் போடப்பட்ட   தார் சாலை,

நுங்கு வண்டியை நசுக்கிறது!

ஐந்து வருட கனவு,   கண்ணீர்,   உரிமை,

அறக்குரல் ஏந்தி காய்கிறது

ஆள்காட்டி விரலில்   நீலம்!

இரவில் இருந்து   நிலவை இறக்கிவிடுங்கள்! இல்லை
என்றால் என்னைப் போல்

இரவுக்கும் தாழ்வு   மனப்பான்மை வந்துவிடும்...

என் அக்கா   மணம் முடிந்து போன பிறகு தான் தெரிகிறது,

தனிமைக்கு நிறம் இல்லை என்று!

பாரதியின் ரௌத்திரம் சிவப்பு,

பெரியாரின் பகுத்தறிவு கருமை,

அம்பேத்கரின் விடுதலை நீலம்,

பிரபாகரனின் கண்கள் காந்தள்,

வடச்சென்னையின் விடியல்   இரத்தம்!

செம்மண் நிறத்தை   மறந்து,

களிமண் சாயல் கொண்டிருக்கிறது..

தாமிரபரணி ஆறு!

பசியின் நிறம் என்ன?

யோசித்து கொண்டிருக்கும் போதே,

இளமை முடிந்துவிட்டது...

சரவணன் மூர்த்தி

நிறங்கள் பேசும் பாஷை

நிறங்களுக்கு கோடி தாய் மொழிகள்

மாற்றம் நிறங்களின் மாறா மொழிவடிவம்!

சிலநேரங்களில் பேதம் அதன் மொழி!

சிலநேரங்களில் மதம் அதன் மொழி!

பல நேரங்களில் எதிர்ப்பு அதன் மொழி!

ஒருமுறை நிறங்கள் புரட்சிபேசும்!

பலமுறை நிறங்கள் உரிமைபேசும்!

நிறங்கள் என்பவை தத்துவத்தின் குறியீடுகள்!

பிரதிநிதிதுவ அடையாளங்கள்!

எதிரொளிப்பின் பிரதிமைகள்!

உணர்வுகளின் கண்ணாடிகள்!

நிறம் பேததின் மொழி பேசுகையில்

வெள்ளை அதன் சொல்லாகியது!

ஐரோப்பிய வெள்ளைத்தோல்

ஆப்பிரிக்காவை நசுக்கியது!

ஆரியத்தின் வெள்ளைதோல்

வர்ணாஷ்ரமம் செதுக்கியது!

கல்யாண சந்தை எல்லாம்

வெள்ளையான வரனே தேவை!

அமைதி,சமாதானம் தூய்மையெல்லாம்

வெண்மையின் பிராயச்சித்த பேச்சுகள்!

வெண்மையின் பேரெதிரி கருப்பு!

கருப்பு பேரண்டத்தின் ஆதிநிறம்!

பிறநிறங்கள் அதன்

யோனியிலோ முட்டையிலோ பிறக்கின்றன!

மதத்திற்குள் கருப்பு சாத்தானாம்

பயத்தின் மொழி பேசுமாம்!

மனிதரில் கருப்பு எழுச்சி பேசும்

பகுத்தறிவின் மொழியாகும்!

கருப்பின் மூத்தபிள்ளை சிவப்பு!

சிவப்பு உழைப்பின் பிரதிநிதி!

பொதுவுடமையே சிவப்பின் மொழி!

சிவப்பின் உடன்பிறப்பு நீலம்!

நீலம் வானம்போன்றது

பரந்து விரிந்தது என்றைக்குமானது

எல்லோருக்குமானது சமத்துவமே இதன் மொழி!

நீலத்தின் பங்காளி பச்சை.

பச்சை இயற்கையின் அங்கம்

பசுமை அதன் மொழி!

எப்படியாயினும் ஓவியத்தின் அழகு

நிறத்தின் மொழியில் அல்ல

தூரிகை ஏந்திய கைகளில்!

சுரேந்திரன் திருநாவுக்கரசு

படவரி பக்கத்தில் என் காதல் நிறங்கள்

ஒரு பொன்நிற மாலையில்

என் படவரி பக்கங்களில்

அவளுக்காக நான் எழுதிய ஓர் கவிதையை

அவளுக்கு அனுப்பி இருந்தேன்

அந்த கவிதை

*இரு இதழ்கள் ஒட்டாமல் அருந்தும்

தேநீர் இடைவெளியை போல

உன் படவரி பக்கங்களில்

உனது ரசிகனாய் நான்*

சில வினாடிகள் கழிந்த பின்பு

மின்னலைப் போல் வந்து தாக்கியது

என் பக்கங்களை

அவளின் அழைப்பு வேகமாக துடித்தது

உறைந்த என் இதயம் காத்திருந்த என் கருத்தை

இரு விழிகளும் கண்ணுக்குள்ளே விரிந்தது

அவள் குறுஞ்செய்தியை பார்த்து

யார் அந்த கவிதையின் நாயகி

என்று என்னிடம் அவள் கேள்வி எழுப்ப

*கருப்பு வெள்ளை புகைப்படமாய்

என் கற்பனையில் நீதான் என்று

அவளிடம் நான் கூறினேன்*

சில வினாடிகள் அவளிடம் இருந்து

எந்த பதிலும் வரவில்லை

பதட்டத்தில் பரபரப்பாக நானும்

காத்துகொண்டு இருந்தேன்

அவள் சிறு புன்னகையுடன்

இது எனக்காகவா என்று கேட்க ,

நானும் அவள் அளித்த பதிலுக்கு எழுதிய ஒரு கவிதை

*அச்சத்தில் இருந்தவனுக்கு ஆச்சரியத்தை காட்டினாய்

பச்சை நிற வண்ணத்தில் உன் படை வரி பக்கத்தில்* என்று

முடித்தேன் நான் சிவந்த உன் கன்னங்களை

என் கண்ணால் காண முடியவில்லை என்று

சிறகடிக்கிறது மனம்

நீளுகின்ற நீல வானிலே நீ இருப்பது போலவே!

தாமரை செல்வன் . இரா

நிறங்கள் பேசும் பாஷை

நிறங்களுக்கு பாஷையில்லை சொன்னது யார்?

நிறங்கள் பேசுகின்றன.மொட்டாய் இருக்கும் சிகப்பு ரோஜா

குழவியில் சூடியவுடன் தூதுவனாய் இருந்து!!

நிறங்கள் சிரிக்கின்றன..

காந்தியார் அணிந்த வெள்ளுடையை-

கொள்ளை அரசியல்வாதியும் அணியும்போது!!

நிறங்கள் அழுகின்றன..

விவசாயி விளைவித்த பச்சைகள்-

இடைத்தரகனால் விலைபோகாது அழுகும்போது!!

நிறங்கள் வாசிக்கின்றன..

வெற்றுத் தாள்களை மையிட்டு-

கவிஞனின் கனவுகளை அச்சேற்றும் பொழுது!!

நிறங்கள் யாசிக்கின்றன..

சில்லரை விழுந்து விழுந்து- பி

ச்சைக்காரன் கைரேகை சிவக்கும்போது!!

நிறங்கள் சுவாசிக்கின்றன..

கொரோனாவிற்கு பயந்து-

வாயடைத்த வண்ணமயமான முகககவசங்களில்!!

நிறங்கள் திருப்தியடைகின்றன..

சாலையோரம் குப்பை பொறுக்கும்-

கிழவியின் காக்கி சாக்கு நிரம்பியபோது!!

நிறங்கள் வெட்கப்படுகின்றன..

மணப்பெண் கழுத்தில் –

மாங்கல்யமாகி மஞ்சக்கயிறாக தொங்கும்போது!!

நிறங்கள் மகிழ்ச்சியடைகின்றன..

ஏழைச் சிறுவனுக்கு கருப்பாய்-

ஒரு எள்ளுருண்டை கிட்டியவுடன்!!

நிறங்கள் வாழவைக்கின்றன..

இடிச்சத்தமும், மின்னலோடும் நீலமேகம் கார்மேகமாகி-

மழையாய் பூமியை தழுவும்போது!!

நிறங்களுக்கும் பாஷையுண்டு..

அவசர உலகிற்கது தெரிவதில்லை

கவிதைக்கண் கொண்டு நாம் ரசிக்காதவரை!

திருவுடையோன் குமரன்

எது அழகு

எது அழகு !!

அதிகாலையில் நீல கடலில் குளித்து

மஞ்சள் பூசிய கதிரவனோ !

கருமையான இருளில்

வெறுமை நிறைந்த மனங்களில்

காதல் ஒளிவீசும் வெண்ணிலவோ !

பசுமை போர்த்திய சோலை வனமோ!

அதில் பூத்து குலுங்கும் ஊதா மலரோ!

அத்தனை வண்ணங்களையும் உடலில் பூசி

உயர பறக்கும் சிறு பூச்சியோ !

ஏழு வண்ணங்களை சேர்த்து

வளைத்து கட்டிய வானவில்லோ !

வண்ணங்களே பலர் எண்ணங்களின் பிம்பமாகிறது !

நேரதிற்கேர்ப்ப நிறம் மாறும் பச்சோந்தியோ !

சேரும் இடத்திற்கேர்ப்ப தன்மை மாற்றும் தண்ணீரோ !

அவற்றின் நிறங்கள் மாறலாம்

ஆனால் குணங்கள் மாறுமோ ?

இறைவன் பூமி தாளில்

வண்ண தூறிகைகள் கொண்டு புனைந்த

அத்தனையும் அழகே அப்படி இருக்க,

மங்கை அவளின் மலரை பறித்து

வெள்ளை புடவையில் வரைந்ததேனோ !

ஒற்றை ஒளியின் பிரிகையே

பல வண்ணங்கலாய் நம் கண்ணை கவர்கிறது .

அழகு நிற வேற்றுமையில் இல்லை,

ஒற்றுமையான மனங்களில் உள்ளது!

பாலாஜி மதியழகன்

நிறங்கள் பேசும் பாஷை..

ஆண்டவன் படைப்புகளில்

பூவுலகில் பல விதம்....

ஆண்மகனின் படைப்புகளோ

மானிடத்தில் அற்புதம்....

பெண் மனதின் எண்ணமோ –

பல நிறம் கொண்ட உள்ளமே...

கொண்டவளின் உள்ளமோ

அன்பு இல்லா வண்ணமே...

புகுந்த வீட்டு உறவுகளை

குழி தோண்டிப் புதைத்திடுவாள்...

அவள் வீட்டு உறவுகளை

தடம் பார்த்து காத்திருப்பாள்...

கணவனை கண்ணெதிரே

கயவன் போல் நடத்திடுவாள்...

பொன் சரவணன்

விவாதம் செய்திடுவா

வீண் பழியும் போட்டிடுவாள்..

அவன் உழைப்பில் உண்டிடுவாள்

ஊர் சிரிக்க ஏசிடுவாள்...

நான் ஒருத்தி இல்லையென்றால்

குடும்பமே ஏது என்பாள்....

எருதுவின் நுகத்தடிப் போல்

துன்பமெல்லாம் அவன் சுமந்து...

இன்பத்தை அவன் இழந்து

வாலிபத்தை மறந்திடுவான்....

அவன் இரத்தம் சுண்டியதும்

ஆண்டவன் அழைத்திடுவான்...

அவன் உயிர் போகயிலே

அவள் வாழ வேண்டிடுவான்....

அவனோடு வாழும் போது

மனிதனாய் மதித்ததில்லை-

அவன் மண்ணோடு சேர்ந்த பின்னே...

மன்னவனே... என்றழுவாள்...

பெண் எண்ணத்தில் நிறம் பேசும் பாசம் –

அவள் உள்ளதில் உறவாடும் வேசம்...

பொன் சரவணன்

நிறங்கள் பேசும் பாஷைகள்

நீளவானில் நீலவானில்

வெள்ளை மேகங்களை

காணும்பொழுதில்

துயரங்களும் துயில்கொள்ள

தூரம் செல்லுமென

துளிர்விட்டது நம்பிக்கை!

இதுவும் கடந்து போகும்!

இது மேகங்கள் எமக்கு எழுதிச்சென்ற

எழுத்தில்லா கடிதம்!

மேகத்திரை விளக்கிபோனால்

விலகிப்போனால்

மனிதரைபோல் மற்றுமோர் நிழல் முகமுண்டு!

நீலவானத்துக்கும்!

இயற்கைக்கு இயல்பாகவே

இளம்பச்சை மீது

அவ்வளவு அலாதி பிரியமோ!

எங்கு பிறப்பினும்

எங்கு உடுத்தினும்

அந்நிறமே அதற்கு

முதல் தேர்வாகி நிற்கின்றது!

என்ன காரணமோ

என்ன மோகமோ

எம்மிடமேதும் விடைகளில்லை!

விழிகளில் விழியசைவில்லா வியப்பை தவிர!

வெ.சத்தியபாலன்

வண்ணங்களின் வர்ணனைகள்

மொழி இல்லாமல் பேசுகின்றாய்...

வழியில் பூக்கும் வண்ண மலராய்...

விழிகளில் முழுவதும் தெரிகின்றாய்...

விழிகள் இல்லாத விளக்காய்..

உயிர் இல்லாமல் வாழ்கின்றாய்...

உலகிற்கு பிரபதிலிக்கும் ஒளியாய்....

உன்னால் எப்படி முடிகிறது.. நிறமே!!!....

உருவம் ஒன்று வரைந்து வைத்தேன்...

உடையாய் நீயும் என்னை கொடுத்தாயே...

தேசியக் கொடியிலும் உன் தேசப்பற்றை

காட்டுகின்றாயே... நிறமே!!!...

நீ காற்றா, நீரா தெரியவில்லையே...

இயற்கையை அழகு படுத்த வந்த

இளவரசியும் நீ தானோ...

வண்ணங்களே!! உன்னை வர்ணிக்க

வார்த்தைகள் இல்லாமல் போய்விட்டதே..

உன்னை காதல் செய்ய

கண்களும் போதவில்லை..

காலமும் போதவில்லை..

என் காதலை உன்னிடம் சொல்ல

கவிதையும் தெரியவில்லை..

கதைகளும் தெரியவில்லை..

உன்னைப் படைத்த கடவுளும்

வியந்து விட்டானோ..

உலகையே நீயும் ரசிக்க வைத்ததால்!!!....

A.SAKTHEESWARI

தேக நிறமே!

வெண்ணிறப் பிறைக்கு

"கருப்பு" உரையணிந்த வானம்

அடிமையாவதும்...

கருப்புநிற வானத்திற்கு

"வெள்ளை" உரையணிந்த பிறை

அடிமையாவதும்...

பார்த்திடும் கண்களுக்குள்ளே பிறந்திடும்

அழகின் உணர்வுகளோ

ஏராளம் - என்றபோதினில்

அழகினுள் புதைந்திருக்கும்

நிறங்களின் ஒப்பனைகளைக்கொண்டு

கருப்புதேகத்திற்கும் வெள்ளைத்தேகத்திற்கும்

மதிப்பிடும் மோகத்தினில்

அடிமையாய் அடிப்பணியாமல்

எவ்வித வேறுபாடுமின்றி

மனிதத்தோலில் பூத்திருக்கும் "அழகுத்தேமலை" மெய்யால்
அலங்கரித்துப் பிறரை ஈர்ப்பதே

நிறங்களின் யதார்த்தமோ!

அபிநயா மதிசேகரன்

நிறங்களின் நிழல்கள்

நிறமற்ற நீரை தேடுகிறார்கள்

மனமற்ற மானுடர்கள்...

வண்ணத்துப்பூச்சி வாழ்க்கையில்

பார்த்ததுண்டா தன் வண்ணத்தை....

ஆங்கிலம் கற்கிறது காக்கைகள்,

வழக்கம் போல முதல் எழுத்த 'A',

அதன் பின்னர் 'V','W','M' என்று

கரும்பலகையில் எழுத்தைப் போல

நீல வானில் காக்கைகள்...

பாகற்காய்க்கும் மனமுன்டு

பச்சையிலிருந்து சிகப்பாய் மாற கனிந்த பிறகு....

பார்வையற்றோரும் நிறத்தை பார்ப்பதுண்டு கருப்பு...

வானவில்லுக்கு வந்த வாழ்வு

ஏழு நிறத்தில் வாழ்க்கை துணை....

மையின் நிறம் நீலமா கருப்பா என்று

நோட்டை தவிர சட்டையில் பார்த்ததுண்டு

பள்ளியின் கடைசி நாளில்...

சுவரை தவிர விரல்களிலும்

பல நிறத்தில் பெயிண்ட் அடிக்கிறார்கள் நகப்பாலிஷ்...

கருப்பில் வெள்ளை கண்களின் எதிர்ச்சி இரவு நிலா...

அம்மன்களுக்கு ஆட்டோவும் வாகனமோ?

எந்நேரமும் மஞ்சள் நிறமாகவே உள்ளது...

சிவப்பை கண்டால் காளை குத்தும் என்பார்கள்

ஏன் கார்ல் மார்க்ஸை குத்தியிருக்குமோ...?

மரங்களும் பேசும்

நிறங்களும் பேசும்

நாம் அதனோடு பேசினால்...

AJAY BOOPATHY M

நம் வாழ்வின் நிறம்

உடலில் ஓடும் உதிரம் சிவப்பாயினும்

அதன் உணர்ச்சியின் வேகம் அழிவாயினும்

அதுவே நம்மை காக்கும் காவலனாய்

என்றும் நம்முடன்

அளவாய் இருந்திடல் நன்று!

கடலின் ஆழம் அது கறுப்பாயினும்

அதன் குணம் என்றும் பயமாயினும்

அதுவும் நம்மில்

ஒரு அங்கமாய் இருந்திடல் நன்று !

வையத்தின் நிறம் அது நீலமாயினும்

அதன் குணம் என்றும் அமைதியாயினும்

நிலையாய் என்றும்

நம்மிடம் இருத்தல் நன்று !

நிலா அதன் ஒளி வெள்ளை ஆயினும்

அதன் குணம் என்றும் தூய்மை ஆயினும்

நம் ஆன்மாவின் அங்கமாய்

என்றும் நம்மிடம் இருந்திடல் நன்று!

ஆதவன் நிறம் அது மஞ்சள் ஆயினும்

அதன் குணம் என்றும் மகிழ்ச்சி ஆயினும்

வாழ்வில் என்றும்

நம்மிடம் இருந்திடல் நன்று !

புல்வெளியின் நிறம் அது பச்சை ஆயினும்

அதன் குணம் என்றும் நேர்மையாயினும்

நம் வாழ்வியலில் அங்கமாய்

என்றும் நம்மிடம் இருந்திடல் நன்று!

நம் வாழ்வின் அந்தம் அது சாம்பல் ஆயினும்

அதன் குணம் என்றும் நடுநிலையாயினும்

என்றும் நம்மிடம் இருந்திடல் நன்று !

Ashok Sankaranarayanan

நிறங்கள்

அந்தி சாயும் வேளையில்

குளிர்ந்த காற்றையும்

மழையையும் தரக்கூடிய

அந்த கருப்பு நிற மேகம் அழகு...!

மழலை தன் பசியை சொல்வதறியாது

தாயின் மஞ்சள் நிற தாலிக்கொடியை

பிடித்திழுக்கும் அந்த

சின்ன சிணுங்கல் கூட அழகுதான்...!

மங்கை அவள் நெற்றி வகுடில் வைக்கும்

அந்த சிகப்பு நிற குங்குமம் அவளின் பேரழகு...!

காலை பொழுதில் நிறமில்லா நீர்த்துளிகள்

மேலே படந்தார் போல் இருக்கும் அ

ந்த பச்சை புல்வெளி அழகு...!

செழித்த வயலில் தென்றல் காற்று உரசும் போது

சத்தமிடும் தங்க நிற நெற்கதிர் அழகு...!

பல வண்ணங்கள் நம்மை மகிழ்வித்தாலும்

இன்னும் சில முட்டாள்கள்

இந்த வண்ணத்தை வைத்துத்தானே

மனிதர்களை ஜாதி மதம் என்று

வேற்றுமை படுத்துகிறார்கள்....

ஆனால் எல்லோரும் இறுதில் போவதென்னவோ

சாம்பல் நிறத்தில் தான்....!

Bhuvaneswari T (எ) கண்ணுக்கினியாள்

காவல் கணவனே!....

நீலநிற வானில்

எண்ணில்லா விண்மீன் போல,

ஓராயிரம் ஆசைகளை மனதில் கொண்டு ,

தன் குடும்பத்திற்காக,

சிரித்த முகத்தோடும் கனத்த மனத்தோடும்,

சந்தோஷமாக...

வாழ்வின் சவால்களை எதிர்கொண்டு,

ஆசை மனைவியையும்

அன்பான குழந்தைகளையும்,

மனதில் சுமந்து கொண்டு,

தன் தேசத்துக்காக போராடிக்கொண்டிருக்கும்

இராணுவ வீரனே!!!

இளமையைத் தொலைத்து, செந்நீர் சிந்தி,

நாட்டுக்காக வாழ்ந்துக்கொண்டிருக்கிறாய் நீ...

சிவப்படையாளம் கொண்ட தரைப்படை வீரனே!!!!

உள்நாட்டுப் பாதுகாப்புக்கு

நீ பெரும்பங்கு வகிக்கிறாய்...

இயற்கை அன்னையின் கோபத்தின் போதும்

நீ மீட்பு பணி செய்கிறாய்....

உன் செந்நீரை வியர்வையாக்கி

மண்ணில் விழச்செய்கிறாய்...

உன் வியர்வை துளிகளால் தான்

எங்கும் தேசம் பசுமையாகிறது!

எல்கையில் திரியும் நீ

உன் கனவுகளை தேசத்துக்காக மறந்து விட்டாய்..

கருமையான மேகக்கூட்டம் போல்

உன்னைச் சுற்றி எப்போதும் போராட்டமே..

மனிதநிறங்களின் அடிப்படையிலும்

பிரிவினைக் காணப்படுகிறது...

அனைத்தையும் சகித்துக்கொண்டு

வெண்மையான உன் மனதால்

என்னை இன்னும் கவர்கிறாய்...

நீ துவண்டு விடாதே........

என் உயிர் உடலை விட்டு பிரியும் வரை

உனக்காக நான் காத்துக் கொண்டிருப்பேன்...

நிறமற்றத் தண்ணீரைப் போல,,,,

இப்படிக்கு உன் காதல் மனைவி......

Bradeeba.B

ஏன் வறுமையின் நிறம் சிவப்பு

நான் தினமும் வேலைக்கு செல்லும் வழியில்

நான்கு முதல் ஐந்து பேரைக் கண்டு விடுவேன் .

வறுமை நிலை அப்படி கொடூரமான ஒன்றா ?

ஆம் கொடியது தான் .

நான் சந்தித்த சில மனிதர்கள் பற்றி ...

இளமையில் வறுமை கொடியதாம்.

முதுமையிலும் வறுமை கொடியது

என தினமும் உணர்த்தி விடுகிறார்

சாலையோரம் தினமும்

படுத்து உறங்கும் அந்த முதியவர்.

மதிய உணவிற்குப் பின்

சிற்றுண்டியாக கிழங்கு பொரியல் வாங்க

கடைக்குச் சென்றேன்

என் முன் வரிசையில் மதிய உணவிற்காக

தெருவோர வியாபாரி நின்றுகொண்டிருந்தார்.

ஆசை பட்ட எல்லா பொருளின்

விலைகளை கேட்டு விட்டு

இருக்கும் காசுக்கு இதை மட்டும் தாங்க என்று

கேட்டு வாங்கி செல்லும் அந்த சிறுமி

தேவதை தான்!

தனது தேய்ந்த செருப்பினை

அடிக்கடி தன் அருகில் நிற்பவருடன்

ஒப்பிட்டு பார்க்கும் அவன் மனநிலை ....

நான் வெறும் காலுடன் அங்கு சென்றிருக்கலாம்

என சிந்திக்க வைத்துவிட்டது .

தனது வகுப்பில் படிக்கும் நண்பர்கள்

பார்த்து விடக்கூடாது என

தன் முகத்தை மறைத்து மறைத்து

வீட்டிக்கு கொள்ளி பொறுக்கும்

அந்த சிறுவனின் பயம் நியாயமானது தான்.

எனது கேள்விகளுக்கு கிடைத்த பதில்கள் –

வறுமையின் நிறம் .ஏன் சிவப்பு என்று

சிந்தித்தது உண்டா ?

வயிறு பசித்து பசித்து காய்ந்த பின்

மூளை எப்படி சிந்திக்கும்..

சாதிக்கும் ஆசை இல்லையா ?

சாதிக்கும் ஆசை ஏன் இல்லை

ஒருவேளை உணவு கிடைப்பதே

இங்கு சாதனைதான்

வாய்க்கும் வயிற்றுக்கும் நடுவே

வாழ்க்கை முடிந்து விடுகிறது.

சட்டமும் நீதியும் ?

சட்டமும் நீதியும் விளிம்புநிலை மனிதர்கள் மேல் தான்
கூர்மையாகப் பாய்கின்றன

ஆனால் அதிகாரமும் பணமும் தேங்கிய இடத்தில்

கொஞ்சம் வழுக்கத்தான் செய்கிறது.

அன்பு, காசு இதில் எது பெருமதி வாய்ந்தது ?

எம்மிடம் அளவுக்கதிகமாக அன்பு இருந்தாலும்

கடைக்காரர் காசைதான் எதிர்பார்ப்பான் .

சில யதார்த்தங்கள் சுட்டு விடுகிறது இப்படியாக.

Charles Grashiyan

பச்சை!

இயற்கையின் அழகு நீ!

பறவையின் மகிழ்ச்சி நீ!

மலைகளின் வாசம் நீ!

தென்றல் காற்றும் நீ!

தென்னை இலை கீற்றும் நீ!

குன்றும் நீ

குறுகிய மலையும் நீ!

அடர்ந்த காடும் நீ!

அதில் சுற்றும் புள்ளினங்காள் நீ!

படர்ந்த கொடியும் நீ!

கடவுளின் அற்புதப் படிப்பு நீ!

உயிரினங்களின் பசி நீ!

மனிதனின் உணர்வு நீ!

மழையின் தோழன் நீ!

கதிரவனின் பகைவன் நீ!

உலகின் ஒப்பற்ற அதிசயம் நீ!

மண்ணின் பாஷை நீ!

நீரின் உறவு நீ!

விவசாயியின் கவிதை நீ!

வண்டுகளின் தேடல் நீ!

பூமியின் அமைதி நீ!

உன்னால் நான் மகிழ்ந்தேன்!

உன்னால் நான் வியந்தேன்!

உன்னால் நான் ரசித்தேன்!

எத்துனை அதிசயம் உன்னில்?

உன் நிறத்தால் என்னை கவர்ந்தாய்.

உன்னை வர்ணிக்க வார்த்தை இல்லை!

இத்தனை அற்புதங்கள் படைத்த உன்னை

என்னவென்று சொல்வது?

நான் பார்த்த முதலும் நீ!

நான் பார்க்கும் முடிவும் நீ!

Divya sajin

வண்ணத்தால் நாம் மன்னர்!

நிறமது பேசும், கேட்கும் திறன் உனக்கிருந்தால்

வெண்மையது தூய்மை, கருமையோ துக்கம்

பசுமை மரத்தின் செழுமை,

அது இயற்கையின் பெருமை

நிறமற்ற நீர்த்திவலை நிறம் ஏழாய்ப் பிரிந்து

வில்லாய் வானில் வளைந்து

உரைத்திடும் மகிழ்வுடன்

கதிரவனின் மாயா ஜாலமதை!

சாலையில் செல்கையில்

சிவப்பு சாலை விளக்கு

சப்தமின்றி சொல்லும் –

நில், செல்லாதே, ஆபத்து அது

அன்னையின் அன்புநிறை அறிவுரையின் எதிரொலி.

கல்லுடைப்பவன் கையில் செந்நீர் கசியும்-

அது அவன் வறுமையைச் சொல்லும்,

கடின உழைப்பைச் சொல்லும்

உறவை வளர்க்கும் கடமையுணர்வைச் சொல்லும்!

காதலன் காதலிக்குத் தரும் ரோஜாவின் சிவப்பழகு

மென்மையாய் சொல்லும்

அளவற்ற அவன் அன்பினை.

காதலியை பிரிந்து

வீரனாய் போர்களம் சென்று ஈட்டுகின்ற செம்புண்,

செம்மையாய் சொல்லும்

ஈடற்ற அவன் தேசப்பற்றினை!

சிலுவையில் இயேசு சிந்திய செங்குருதி சொல்வது

பலிகளில் உயர்ந்தது உயிர்ப்பலி!

உணர்வாயா மனிதா?

தோல்நிறத்தால் மனிதரில் என்றும் ஏற்றத்தாழ்வு

வெள்ளைத்தோலெனில் கர்வம்,

கருப்பெனில் துச்சம்

வெள்ளையனும் கருப்பனும் தோலைச் சொறிந்தால்

சொரியும் உயிர்த்திரவம் சிவப்பன்றி வேறில்லையே!

தோல்நிற பேதம் இனிவேண்டாம்

இவ்வுலகில் இரத்தத்தின் நிறத்தால்

யாவரும் இணையென்போம் !

சிவப்பு, வண்ணங்களின் மன்னன் அல்லவா?

எனின் செங்குருதி கொண்ட மனிதர்

யாவரும் மன்னரன்றோ?

உண்மை உணர்ந்திடு , நெஞ்சம் நிமிர்ந்திடு

ஒன்றே குலமென்ற சான்றோர் கூற்றினை

நிதம் நினைவில் நிறுத்திடு,

பிறருக்கு நினைவூட்டிடு

உலகிற்கு உரைத்திடு உயிருள்ள நாளெல்லாம்!

Dr. B. Deva Shanthini

வானவில்

மாயயான வாழ்க்கையில்

திடீரென்று தோன்றுகிறாய்

வண்ணமயமான நிறங்களாய்

போகும் பாதையில் வானம் பார்த்து ரசிக்கும் –

உன் வண்ணமயமான பாஷைகள் வியந்து போகின்றேன்

உன் அழகிய காட்சிக் கண்டு வரும்போது

வியந்து பார்க்கும் என் கண்கள்

திடுக்கிட்டு உன்னைப் பார்த்து

புன்னகைக்கும் என் உதடு நடனமாடும்

என் சிறு கை கால்கள் சாரல் நின்றவுடன்

எங்கே போகின்றாய் என்று

உன்னை சுற்றி தேடும் இதயம்

வில் போன்ற உன் தோற்றம்

அரைவட்டம் கொண்ட உன் வடிவம்

கண்களை கவரும் உன் வான வேடிக்கை

எண்ணுகிறேன் பலநிறமென்று –

ஆனால் ஏழு நிறங்களை கொண்ட நீ

வித்தைக் காட்டி குளிர்க்க வைக்கின்றாய்

நீ வரும் வேளையில் குதுகலிக்கும் என் மனது –

ஏனென்றால் பின் மாரி தோன்றுகிற இடத்தில்

பனி படர் மலையாய் புன்னகைக்கின்றாய்

வீட்டோடிருக்கும் என்னை ஈர்த்துக் கொண்டு

வெளியே வந்தது - ஏனோ? உன்னைப் பார்த்து

பிடிக்க நினைக்கும் என் கைகள்

சடுதியில் மாய்ந்துப் போகின்றாய்

நிறங்களின் மொழிகளால் என்னுடன் பேசுகின்றாய்

மனதில் வண்ணம் தீட்டிப் போகின்றாய்

தீராத என் தேடல் நீ

எப்பொழுதுவருவாய் என்று தேடிக்கொண்டிருக்கும்

என் கண்கள் காத்துக்கொண்டிருக்கும் என் மனது !

கி.கி.ஹெப்ரோனா லான்ஸ்

உன் நிறமதில் உணர்ந்தேன் உணர்வை

அந்திவான இளஞ்சிவப்பில்

அன்பினை உணர்ந்தேன்

வெளிர் நிற நீரோட்டங்களின் சலசலப்பில்

வெகுளியாய் கலகலத்து மகிழ்ந்திருந்தேன்

செங்கதிரோனின் செவ்வண்ணத்தில்

ரௌத்திரம் பழகினேன்

காரிருள் கறுப்பில், குன்றின் நிறத்தில்

படபடத்து பயம் கொண்டேன்

பச்சை போர்த்திய வெளிகளில்

படபடப்பற்று அமைதி கண்டேன்

ஆர்ப்பரித்து நுரைக்கும் கடலலையின் வெண்மையில்

வெறுப்பினை விடுத்தேன்

விண்நீர் இறக்கும் ஆகாய நீலத்தின்

கருணையில் நனைந்தேன்

வானோடு உறவாட துடிக்கும்

பழுப்பு நிற சிகரங்களில் தைரியம் கண்டேன்

வானவில்லின் எழு நிற வனப்பில்

ஆச்சரியம் அடைந்தேன்

இயற்கையே உன் இயல்பதில்

உன் நிறமதில் உணர்ந்தேன்

உணர்வை நவரசங்களாய் !

Jasim Saharana Thabeaa . M

வானவில் போற்றும் மங்கை!

வானவில் வர்ணங்களைக் கொண்டு,

என்னிடம் வந்தது ....

என் நிறக்கூட்டுகளை விஞ்சி நிற்கும்

வஞ்சி ஒன்றின் பூவழகைப் பார்த்தேன்!

என் நிறங்களெல்லாம் மாய்ந்து விடுமோ

மருதாணி மங்கை இவள் முன்பு?

கவலைத் தோய்ந்த குரலில் சொல்லியது!

பாலை விட வெண்மை இவள்!

தும்பைப் பூவின் வண்ணம் இவள்!

நெற்றிப் பொட்டில் சுருண்டு விழும்

கார்மேக குழலி இவள்!

சந்தனமும் சவ்வாதும் குழைத்தரைத்த

குங்குமம் சூடிய குமரி இவள்!

அனிச்சப் பூவின் மென்மை இவள்!

ஆவாரம் பூவின் தாலோலம் இவள் !

கங்கையை கண்களில் தேக்கிய மங்கை இவள்!

கண்ணீரை பன்னீராய் மாற்றும் பாவை இவள்!

இவள் விழிகளின் வழிகளில் மொழிகள் பிறந்து விடுமே!

மௌனமோ ஓராயிரம் அர்த்தங்கள் சுமந்திடுமே !

என்னிலுள்ள வர்ணங்கள் எதுவுமில்லை இவளிடம்!

பூவுலகின் ராஜகுமாரியென,

ரிஷிகன்னிகை புத்திரியென,

பூலோகம் வியந்து நிற்க,

இவள் முன் நாணி குறுகிப் போகிறேன்!

வானவில் அழுதது!

நானும் சற்று அழுதுத் தீர்த்தேன்!

JS

நிறங்கள் பேசும் பாசை

நிறங்கள் பலவகை..

வானவில்லின் நிறங்கள் ஏழு

அதை வைத்து

மனிதன் படைத்த நிறங்கள் ஏராளம்

நிறங்களை படைத்த மனிதன் தான்

மனிதாபிமானத்தை மறந்துவிட்டான்

மனிதனுக்குள்ளே நிறம் பார்க்க கற்றுக்கொண்டான்

மனித நிறத்தால் எவ்வளவு யுத்தம்

அனைத்து மனிதனின்

குருதியின் நிறமும் ஒன்று தானே

மனிதா மனிதனில் நிறத்தை மட்டுமா பார்த்தோம்

சாதி பார்த்தோம்,

மதம் பார்த்தோம்

மொழி பார்த்தோம்

அத்தனையும் பார்த்த நாம் தான்

மனிதாபிமானத்தை பார்க்க மறந்து விட்டோம்

மற்ற உயிரினங்களை நேசிக்கின்ற நாம் தான்

மனிதாபிமானத்தை மறந்து விட்டோம்

மற்ற உயிரினங்களை நேசிப்பது போல்

எல்லா மனிதனையும்

நிறம் மதம் சாதி மொழி பாராது

நேசிக்க கற்றுக்கோள்வோம்

ஒரு யுத்தம் இல்லாத புது உலகை உருவாக்க...

Kavinjan Ulakam

நிறங்கள் பேசும் மொழி

நிறங்கள் நம் வாழ்வின்

ஒரு பகுதியாய் மாறி போனபின் காவியம்

கோபத்தில் சிவக்கும் அவள் கண்களும் அழகுதான்

அதை மறக்க நினைக்கும் என் மனமும் அழகுதான்

எல்லா இடங்களிலும் தோன்றும் நட்சத்திரம் அழகுதான்

ஒரே இடத்தில் தோன்றும் நிலவும் அழகுதான்

பூத்து குலுங்கும் புல்லும் அழகுதான்

அதன் அருகில் வளரும் பச்சை மரமும் அழகுதான்

நீல வானமும் அழகுதான் அதிலிருந்து பொழியும்

மழை நீரை சேமிக்கும் குவளையும் அழகுதான்

மஞ்சள் குங்குமமும் அழகுதான்

அதை பூசிக் கொள்ளும் மங்கையும் அழகுதான்

கருவிழியும் அழகுதான்

அது சிந்தும் கண்ணீர்களும் அழகுதான்

மண்ணும் அழகுதான்

அதன் மீது நடக்கும் மனிதர்களும் அழகுதான்

வானவில்லை படைத்த கடவுளும் அழகுதான்

அதை ரசிக்கும் என் கண்களும் அழகுதான்

ரோஜா பூக்களும் அழகுதான்

அதை அணியும் கூந்தலும் அழகுதான்

குழந்தை பேசும் மொழியும் அழகுதான்

குதித்து விளையாடும் மீனும் அழகுதான்

தேனும் அழகுதான்

அதை உண்ணும் வண்டுகளும் அழகுதான்

பிறப்பும் ஒரு அழகுதான்

இறப்பும் ஒரு அழகுதான்

வண்ணங்களே நாம் வாழ்வாகி போனதும்

ஒரு வகையான அழகுதான்!

Lara jenifer

வர்ணத்தின் மொழிகள்

மொழிகள் அறியா மனிதன் உண்டு

ஆனால் நிறங்கள் அறியா உயிரும் உண்டோ!

எத்தனை ஆயிரம் கலாச்சாரம் மாறினாலும்

அத்தனைக்கும் பொதுவாய் நிற்பது

நிறங்கள் அல்லவா!

வண்ணம் இல்லா வாழ்வும்

மண்ணாய் போகும் அல்லவா!

நிறங்கள் இல்லா உலகினை

நினைத்து பார்க்க முடியுமா

ஒவ்வொரு நிறமும்

ஒவ்வொரு உணர்ச்சியே!

சிவப்பு நிறம் சினத்தின் வெளிப்பாடு

கறுப்பு நிறம் விடுதலையின் வேட்கை

பச்சை நிறம் இயற்கையின் இனிமை

கபில நிறம் மண்ணின் மகிமை

ஊதா நிறம் புதிரின் புரிதல்

நீல நிறம் நட்பின் அடையாளம்

சாம்பல் நிறம் முடிவின் தொடக்கம் இளம்

சிவப்பு நிறம் காதலின் ஆழம்

மஞ்சள் நிறம் ஆடம்பரத்தின் ஆனந்தம்

வெள்ளை நிறம் அமைதியின் சின்னம்

இவை போல் வண்ணம் இல்லா வாழ்வும்

விழிகள் இருந்தும் குருடாவது போல்

வரிகள் உணர்த்திடா வலிகளை எல்லாம்

வர்ணம் தீட்டி காட்டிடுவோம்

நிறங்கள் பேசும் பாஷைகள் எல்லாம்

உலகறிய செய்திடுவோம்!

M.Amarnath

எண்ணங்களின் வண்ணங்கள்

வானின் வெண்மேகங்களின் அழகை ரசிக்கும்

புகைப்பட கலைஞரின் ஆக்கபூர்வமான காதல்...

நீல வானை ரசிக்கும்

ஜோடிகள் கொள்ளும் மயக்கமான காதல்...

கருமேகம் சூழும் வானை ரசிக்கும்

விவசாய பெருங்குடிகள் கொள்ளும் மாசற்ற காதல்...

புயலின் சூழலில் பயம் கொள்ளும்

பல மனங்கள் கொள்ளும்

வாழ்வின் அருமையை உணரும் காதல்...

எந்த வண்ணங்கள் மாறினும்

ஏற்றுக்கொள்ளும் வானம் ஒன்றே,

பல எண்ணங்களை எதிர் நோக்கும் மனமும் ஒன்றே...

வானம் ஒன்றென்றாலும்

வானின் வண்ணங்கள் மாறுவது இயற்கையே...

மனம் ஒன்றென்றாலும்

எண்ணங்கள் மாறுவதும் இயற்கையே...

வண்ணம், எண்ணம் யாவும்

மாயை என்று உணரும் தருவாயில்

மனம் கொள்ளும் அமைதி

என்றும் நிலையானது...

நிலையில்லா யாவும்

நிலைக்கும் என்ற எண்ணம் மாறுமேயானால்

வாழ்வெங்கும் வண்ணமே...

MUTHU RAJ

நிறம்

வந்துபோகும் பறவைகளுக்கும்,

வம்பிழுக்கும் மின்னல்களுக்கும்,

வற்றாமல் குளிப்பாட்டும் மேகங்களுக்கும்,

வாழ்த்து பாடி செல்லும் தென்றல்களுக்கும்,

வஞ்சம் இல்லாமல்

வண்ணங்களால் வாரி வழங்குகிறது

புன்னகையை வானவில்லாய்,

வண்ணமிழந்த வானம்,

வற்றிய நதியை வாளேடுத்து

எங்கும் ஓட செய்து,

கொட்டிய இலை எல்லாம்

கோபுரமாய் துளிர்க்க செய்து,

தட்டு நிறைய சோற்றை

தவிப்போருக்கு தான் வழங்கி,

எட்டு திசை எங்கும்

எப்பொழும் மகிழ்ச்சி பொங்க,

இடி மேளம் கொட்ட

எங்கும் வளி வீசி,

வானவில்லில் வண்ணம் பறித்து,

குமரியாய் கோலி கொண்டாகிறாள்

அந்த ஒற்றை வண்ண கருமேகம்..

NAVANEETHAN.RJ

நிறங்கள் பேசும் பாஷை

வானவில் மட்டுமா நிறங்களின் பாஷை பேசும்?

என் மனவானில் குடிகொண்டவளின்

உடைகள்கூட நிறங்களின் பாஷை பேசும் !!!

சிவப்பு நிற உடையில் சின்னஞ்சிறு குழந்தையாக ,

மஞ்சள் நிற உடையில் மனதை கொள்ளையடிப்பவளாக ,

கருப்பு நிற உடையில் என்னை கவர்ந்திழுப்பவளாக ,

பச்சை நிற உடையில் பைங்கிளியாக ,

ஊதா நிற உடையில் எந்தன் உலக அழகியாக ,

வெள்ளை கலந்த சிவப்பில்

வெள்ளை மனம் கொண்ட சிரிப்பால் என்னை

கவர்ந்து இழுப்பவளாக ,

உந்தன் உடைகள் கூட

எந்தன் கவிதையின் பாஷை பேசுதடி !!

ஒவ்வொரு நிறமும் உந்தன் பாஷை பேசுதடி !!

கன்னி பேசாமல் இருந்தாலும் ,

உன் கண்ணின் கருவிழி பாஷை பேசுதடி !!

உன் கருமுகில் முடியும் 'அருகில் வா!' என அழைக்கும் !!

உன் மாநிறத் தோற்றம் என் மனதை கொள்ளையடிக்கும் !!

உன் வெள்ளி கொலுசு சத்தம் கூட

எறும்புகளுக்கு இசைக் கச்சேரி நடத்தும் !!

நான் உன் செந்நிற உதட்டில் வரவிருக்கும்

'சரி' என்ற வார்த்தைக்காக

என் கவிதைப் பாஷை கூறி

ஏங்கி காத்து நிற்கிறேன் !!!

Ramakrishnan S

எல்லாம் சிவப்பே ! எதிலும் சிவப்பே !

உடலினை இயக்கிடும்

உயிரினை காத்திடும்

திரவ குருதியின் நிறமும் சிவப்பே!

உழைப்பினை உணர்த்தும்

உன்னதம் கொடுத்திடும்

சமநிலை காத்திடும் நிறமும் சிவப்பே!

புரட்சிகள் தொடங்கிடும்

போராடத் தூண்டிடும்

போர்த்தொழில் பழக்கிடும் நிறமும் சிவப்பே!

சினத்தினை காட்டிடும்

காதலை சேர்த்திடும்

காவிய கலை நிறமும் சிவப்பே !

நாணப் பெண்ணின்

செழித்த கன்னமும்

மெல்லிய இதழ்களின் நிறமும் சிவப்பே!

83

வறுமையை உணர்த்திடும்

வரம்புகள் தகர்த்திடும்

விரக்தியின் வெளிப்பாட்டு நிறமும் சிவப்பே!

தீட்டென பிரித்திடும்

தீண்டாமை உணர்த்திடும்

பெண்மையை இகழ்ந்திடும் நிறமும் சிவப்பே !

அழகதை உணர்த்திடும்

ஊடலில் ஊற்றெடுக்கும்

கன்னித்திரை கதவு நிறமும் சிவப்பே!

அன்பென அனைத்திடும்

அகம் உறவாடிடும்

காதல் பொருளின் நிறமும் சிவப்பே!

வாலிப வயதினில்

அரும்பும் காதலில்

முதல் ரோஜாவின் நிறமும் சிவப்பே!

தீதென தெரிந்தும்

தகாதன புரிந்தும்

காமபிணி நீக்கும் நிறமும் சிவப்பே!

விபத்தை தடுத்திடும்

விடுதலை கொடுத்திடும்

போக்குவரத்து சிக்னல் நிறமும் சிவப்பே!

மங்கலம் நிறைந்திடும்

மங்கையர் அணிந்திடும்

உன்னத உடையின் நிறமும் சிவப்பே!

மதிப்பினில் உயர்த்திடும்

மனங்களை கவர்ந்திடும்

செவ்வைர பகட்டின் நிறமும் சிவப்பே

Rudran Vetrivel

நிறங்கள் பேசும் பாஷை

என் கவியால் உன்னை வர்ணிக்கவே நான் எண்ணினேன்

இந்தப் பாரெல்லாம் பசுமையாகவும்

சில நேரம் எல்லா தேகத்தினுள்ளே

குருதியாகவும் நீயே ஆள்கிறாய் .

காத்துக் கிடக்கிறேன் நான்

இந்தத் தென்றலில் நீ எவ்இதமாய் என...

பூத்துக் கிடக்கிறேன் நான்

இந்த மலரின் வாசனையினில் எவ்விதமாய் என...

அலைந்து கொண்டிருக்கிறேன் நான்

தென்றலோடு சேர்ந்து மரம் தரும் நிழலின் சுகத்தினில்

நீ எவ்விதமாய் என... கடலின் சீற்றமாய் ஓடிவரும்

அலையினில் ஒளிந்து கொண்டிருக்கும் நீ எவ்விதமாய்

என... பலபல வினாக்கள் என்னுள்ளே

இந்தப் பாரினுள் பரவியிருக்கும் உன்னை நினைத்து...

S . BHUVANESHWARI

மழையின் நிறம் என்ன ??

ஒரு மழை நாளில்,

சாலையோர வீட்டின் ஓட்டு முந்தானையில்

தூரல் தேவதையிடமிருந்து முக்காடு போட்டு,

அடைக்கலமாகியிருந்தோம் நாங்கள்..

கண்களைச் சுருக்கி மழையை வெறித்துவிட்டு,

"எனக்கொரு சந்தேகம்

இந்த மழையின் நிறம்தான் என்ன ?"

என்றாள் என்னவள்..

என் கருவிழியில் பதிந்திருந்த அவளை

இமைகளாலேயே அணைத்துவிட்டு,

நரம்புகளின் உள்ளிடுக்கில்

மழையதன் நிறத்தைத் தேடிச் சடுதியில் நுழைந்தேன்..

ஒரு பால்ய கால பிரயாண நாளில்,

பேருந்து ஜன்னலின் வழியே

என்னை ஈரமாக்கிய சாரல் மழையும்..

அது குழைத்து வைத்திருந்த செம்மண் சேறும்

பிடித்து வைத்திருந்த வெண்ணிற கொக்கும்

அதன் பிம்பத்தோடு பிம்பமாகிக் கலந்திருந்த வானவில்லும்,

"இது தான் மழையின் நிறம்" என்று என் காதில் சொல்ல..

"ம்ம்ம்.. சொல்லுங்க"

என்ற அவளது அழைப்பு,

அவையெல்லாவற்றையும் மூழ்கடித்துவிட்டு

"உன் நிறம் தான், கண்ணே"

என்று சொல்ல வைத்தது

என்னை அவள் வெட்கித்தாள்..

நான் மௌனித்தேன்..

மழை மன்னித்தது..

Sabari Sankari Paramasivan

நிறத்தின் முரண்

பால் போல் மனம் கொண்டவரென்ற

பாங்கான வாய்மொழியில்

வெண்மை நிறமே

பால் நிலவின் ஒளியைக் கொண்ட

பெதுமையயவளின் பால்துணை

இழந்தபின் வேலியாகிறது !

இளநரைதனைக் கூட இல்லாமல் ஆக்க

இளகிய நெகிழியைத் தலையில் அரக்கி

கருமையாக்கும் கலைகளைத் தெரிந்த நமக்கு

கருக்கலைப்புகளை ஏற்றுக் கொண்ட நமக்கு

கருப்பாடைகள் விழாநாளில் ஏனோ கசக்கிறது !

செந்நீரில் ஓடும் சிவப்பு நிறமே !

செம்மையாய் நெற்றியில் செழித்து வாழுமே !!

ஆனாலும் செங்குங்குமந்தனை காலவரவால்

செலவாயிழந்த ஆண்மகன் பிரிவிற்காய்

காட்டுமிராண்டிக் கைகளால் கலைப்பதில்

என்ன களிப்போ ?

செந்நீர் கொடுத்த தேவதையை மறந்து

செறுமிக் காட்டும் மாதவிடாய்க் கரையை கூறமட்டும்

காளை சிலருக்கு என்ன இளிப்போ ?

மாற்றங்கள் வண்ணங்களில் அல்ல

எண்ணங்களில் தொடங்கட்டும் !

தொடரட்டும் !!

தமிழ்ச் சேவகி த.சிந்து கவி

நிறங்களுக்கும்! பாஷையுண்டு!

*மனதை! வர்ணங்களால்! குளிப்பாட்டி!

நல்லெண்ண! சிந்தைதனில்! மெருகேற்றி!

அக அழுக்கை! நீக்கியே! அகமகிழ்ந்திட!!!*

*கருவறைதனில்! கண்மூடியே! உறங்கிட!

நிம்மதியாய்! மனதினில்! உதித்திட்ட!

கருமைதனில்! வளர்ந்திட்ட! சுகமே தனிதான்!!!*

*கண்ணுக்கெட்டிய! தூரம் வரை! கடல் நீரே!

விண்ணுக்கெட்டிய! நீளம் வரை! மேகக்கூட்டமே!

தோய்ந்திருக்கும்! நீலமதைக் காண! இதயத்திற்கு! இதமே!!!*

*ஈர்ப்பு விசையுண்டு! இதயத்தையும்! தாண்டி!

இரத்தக் கெபிக்குள்ளே! வனப்புமிகு! சோலைக்கிடையே!

தழ தழக்கும்! பச்சைப் பசேலென்ற! இயற்கையை ரசிக்க!

குளிர்ச்சியாம்! கண்ணிற்கு!!!*

*வானில் தவழ்ந்து! வட்டமிடும்!

குளிர் சிந்தும்! நிலவின்! வெண்ணிறக் கற்றை! வீச்சும்!

தருகிறதே! நரம்புகளுக்கு! அமைதியை!!!* *

மலர்களில்! எத்துனையோ! வகையுண்டு!

நிறமுண்டு! மணமும் உண்டு!

செந்நிற சிவப்பு! ரோஜாக்களைக் காண!

கண்கள்! சுண்டியிழுக்குதே!!!*

*வண்ணமயமான! உலகமதில்!

எண்ணங்கள்! சிறந்திட! நல் ஏற்றங்கள்! தவழ்ந்திட!

நிழலான! ✾நிறங்களுக்கும்!!!

நிஜமான! பாஷையுண்டு!

மனதோடு! பேசிட!!!✾

மரு.வே.ᴘᴏ°ரீதரன், கலிக்கநாய்க்கன்பாளயம்,

சுண்டப்பாளயம் (அ.நி) கோவை 641 007.

குழந்தைத் திருமணம்

1. புரியாத வயதில் அறியாத மனிதனுடன் திருமணம்.........

2. துள்ளி திரிந்த கால்களும் மெல்ல நடக்கின்றன விரலி மெட்டி அணிந்தனால்.......

3. வெட்கம் இல்லாமல் இருக்கும் வயதில் வெட்கத்தோடு இருக்க வைக்கிறது அவளின் திருமணம்.........

4. தலை நிமிர்ந்து நடக்கும் வயதில் தலை குனிந்து நடக்க செய்கிறது அவளின் தாலிகயிறு ....

5. அம்மாவிடம் கதை கேட்கும் வயதில் கதை சொல்கிறாள் தன் குழந்தைக்கு அவள் அம்மாவாக.....

6. தொட்டில் கட்டி விளையாடும் வயதில் தொட்டி கட்டி தாலாட்டுகிறாள் தன் குழந்தையை........

7. பல்லாங்குழி விளையாடும் வயதில் அவள் வாழ்க்கை
    பாலூன்குழியில் விழுந்தது.......

8. இவள் சொந்தத்தை அறியாத அவள் ஆயிரம் சொந்தத்தை
    அறிகிறாள் அவளின் திருமணம் மூலம்.....

9. கண்ணை கட்டி விளையாடும் வயதில் இவள் வாழ்க்கை
    கண்கட்டி விட்டது......

10. சத்தமாக சிரிக்கும் வயதில் சத்தம் மில்லாமல் அழுகிறாள்
    திருமணம் வேண்டாம் என்று....... ....

    இது என் கவிதை இல்லை குழந்தையின் வாழ்க்கை

Deepan Prakash M